**પદ્મશ્રી પ્રાણ**



મૉરિસ હૉર્ન, વર્લ્ડ ઍન્સાયક્લોપીડિયા ઑફ કૉમિક્સના ઍડિટરે કાર્ટૂનિસ્ટ પ્રાણને વૉલ્ડ ડિઝની ઑફ ઇન્ડિયા કહ્યાં છે. એમની કૉમિક્સ પેઢી દર પેઢી વધી રહેલાં નવયુવાનોની હંમેશાં સાથી રહી છે, એમણે એના કૅરેક્ટર્સ ચાચા ચૌધરી, સાબૂ, શ્રીમતીજી, પિંકી, બિલ્લૂ, રમન વગેરેના મનોરંજનની ભરપૂર મજા ઉઠાવી છે. એમના ૫૦૦થી વધારે ટાઈટલ્સ માર્કેટમાં વેચાઈ રહ્યા છે અને સ્ટ્રિપ્સ જનો ન્યૂઝ પેપર્સમાં છપાઈ રહી છે! ચાચા ચૌધરી પર આધારિત બનેલી ટી.વી. સીરિયલ સતત ૬૦૦ ઍપિસોડ્સ સુધી એક મુખ્ય ચેનલ પર બતાવવામાં આવ્યા! દેશના કેટલાય દેશોનું ભ્રમણ કરી ચૂકેલા, ત્યાંની કૉન્ફરન્સોમાં કાર્ટૂન્સ પર પ્રીચીસ આપવાવાળા પ્રાણને લિમ્કા બુક ઑફ રેકોર્ડ્સે પીપલ ઑફ ધી યર ઍવૉર્ડથી સન્માનિત કર્યા છે. ૧૯૮૩માં એમની કૉમિક બુક - 'રમન, હમ એક નું વિમોચન તત્કાલીન પ્રધાનમંત્રી શ્રીમતી ઇન્દિરા ગાંધીએ કર્યું.

- પ્રકાશક

પણ, આ વખતે આપણે હાર નહીં માનીએ. પિંકીને ઈનામ નહીં જીતવા દઈએ.

અને સ્ટૉલ ન હોવા છતાં આપણે સૌથી વધારે કમાઈશું.
પિંકી સુપર આઈસક્રીમ
સમજી ગયો આપણે આપણા સુપર પ્લાનનો ઉપયોગ કરવો પડશે.

બિટ્ટી! તું સ્ટૉલ નથી લગાવી રહી?

પિંકી સુપર આઈસક્રીમ
ભોખૂ સ્પેશ્યલ પીઝ્ઝા
ચપ્પૂ ચટપ ચાઉમી
અને આ વખતે આપણો પ્લાન સફળ થઈને રહેશે. હા...હા...હા...!
બાળકો દ્વારા આયોજિત ફનફેયર.

મેં તારી મદદ કરવા માટે જ ભાગ નથી લીધો કોઈ ગ્રાહક આવશે તો હું તેને આઈસક્રીમ વેચી દઈશ.
સારું બીટ્ટી.

પિંકી ! અહીંયા તો બે ફ્રીઝર છે, આમાંથી તારું કયું છે?
જમણાં હાથવાળું ફ્રીઝર મારું છે અને ડાબા હાથવાળું ફ્રીઝર કંપનીનું છે. સારું હું થોડીવારમાં આવું.
પિંકીએ કહ્યું, જમણી તરફવાળું ફ્રીઝર એનું છે. પણ એ મારી સામે ઊભી હતી. તો જમણી બાજુ મારી તરફથી ગણવાની કે એની તરફથી?
આજ હશે. આ ફ્રીઝર ખૂલ્લું પણ છે. હવે આમા ઘૂસીને બધી આઈસક્રીમો મારી બેગમાં ભરી લઉ છું. પછી પ્લાન મુજબ નઠ્ઠુ અને હું આને અડધી કિંમતમાં શાળાની બહાર વેચીશું.
આ કંપનીનું ફ્રીઝર છે. ટ્રક ખરાબ હોવાને લીધે ફ્રીઝર અહીંયા રાખવું પડી રહ્યું છે. આને તાળું મારીને થોડોક ચા-નાસ્તો લઈ આવું.
ઢપ્પ...!!!

બિટ્ટી ક્યાં જતી રહી? સારું થયું કે હું જલદી આવી ગઈ ! હવે બધા લોકોને આરામથી આઇસક્રીમ વેચી શકીશ.

ફન ફેયર ચાલુ થઈ ગયો છે. લોકો આવવા લાગ્યા છે, આ વખતે ભીડ વધારે થઈ છે. મને લાગે છે કે, સારું વેચાણ થશે.

મને એક વેનીલા આઇસક્રીમ આપો.
મને સ્ટ્રોબેરી.
મને બટર સ્કોચ.

ત્યાં ફ્રીઝરની અંદર.
ઊફ! હું ખોટા ફ્રીઝરમાં આવી ગઈ છું. કોઈ કર્મચારીએ આને તાળું મારી દીધું છે. અહીંયા તો બહુ ઠંડી છે.
કમાલ છે. બિટ્ટી હજુ સુધી નથી આવી. પ્લાન મુજબ તો અમે શાળાની બહાર પિંકીની આઇસક્રીમ ચોરીને સસ્તા ભાવે વેચવાના હતા.

4

વાહ! ખૂબ સારી કમાણી થઈ. બધી આઈસક્રીમ વેચાઈ ગઈ. લાગે છે કે આ વખતે પણ ટ્રૉફી મને જ મળશે.

જે સ્ટૉલ પર સૌથી વધારે વેચાણ થયું છે તે પિંકીનો સુપર આઈસક્રીમ સ્ટૉલ. પિંકી સ્ટેજ પર આવે અને ટ્રૉફી લે.



આભાર !



પિંકીને ટ્રૉફી પણ મળી ગઈ, પણ બિટ્ટીની ખબર નથી. ક યાં છુપાઈને બેઠી છે?



પિંકી તેં બિટ્ટીને જોઈ?



બિટ્ટી મને મળી તો હતી પણ પછી ખબર નહીં ક્યાં જતી રહી.

ફ્રીઝરની અંદર
અહીંયા તો બહું ઠંડી છે. લાગે છે કે હું આઈસક્રીમ બની જઈશ.
અંકલ! આ ફ્રીઝરને ક્યાં લઈ જાઓ છો ?
કંપનીમાં.

બિટ્ટી ક્યાં છે તું?
આ નટ્ટૂ પણ એક નંબરનો મૂરખ છે. ફ્રીઝર કેમ નહીં ખોલાવડાવતો?
મારી બધી આઈસક્રીમ વેચાઈ ગઈ. મારે આમાંથી એક આઈસક્રીમ જોઈએ.
ICE CREAM

કેમ નહીં. તે તો કંપનીનો સારો ફાયદો કરાવ્યો છે. તને આઈસક્રીમ જરૂર મળશે. હમણા ફ્રીઝર ખોલું છું.

અરે !!! બિટ્ટી તું !!!

પ્રા૦૧
ચાચા ચૌધરી
અને
કુંભ મેળો
કુમ્ભ સ્પેશલ
પ્રયાગરાજ 2019
મકર સંક્રાન્તિ ૧૫ જાન્યુઆરી ૨૦૧૯
પોષ પૂર્ણિમા ૨૧ જાન્યુઆરી ૨૦૧૯
મૌન અમાસ ૦૪ ફેબ્રુઆરી ૨૦૧૯
વસંત પંચમી ૧૦ ફેબ્રુઆરી ૨૦૧૯
માઘ પૂર્ણિમા ૧૯ ફેબ્રુઆરી ૨૦૧૯
મહા શિવરાત્રિ ૦૪ માર્ચ ૨૦૧૯

ચાચા ચૌધરી
અને
કુંભ મેળો

પ્રા./
પદ્મશ્રી

તમારા માટે એક પત્ર છે.
ક્યાંથી આવ્યો છે?



ભાગ્યવાન! તું તીર્થસ્થાન પર જવા ઇચ્છતી હતી. પ્રયાગરાજમાં આયોજિત કુંભ મેળામાં જઈએ.


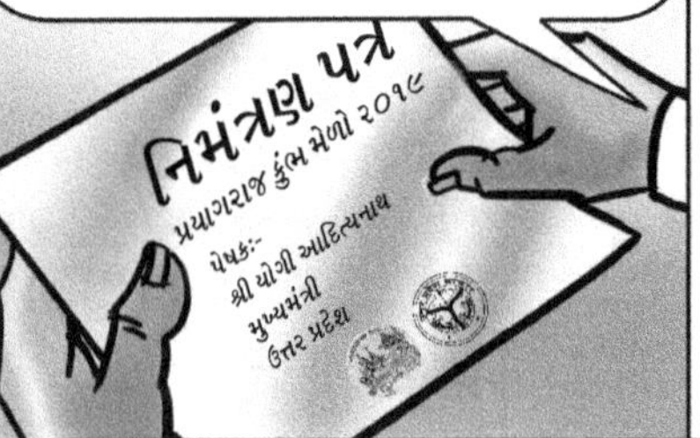

નિમંત્રણ પત્ર
પ્રયાગરાજ કુંભ મેળો ૨૦૧૯
પ્રેષક:-
શ્રી યોગી આદિત્યનાથ
મુખ્યમંત્રી
ઉત્તર પ્રદેશ



આ સારી રજાઓ રહેશે.



કુંભ મેળાનું આયોજન હિન્દુઓ દ્વારા પ્રયાગરાજ, હરિદ્વાર, નાસિક અને ઉજ્જૈનમાં ક્રમથી દરેક ત્રીજા વર્ષે થાય છે.

www.chachachaudhary.co
બામ્રોલી વિમાની મથક
એ વિશ્વાસ કરવામાં આવે છે કે આ વિશેષ દિવસ પર ત્રિવેણી સંગમમાં ડુબકી લગાવવાથી બધા પાપ ધોવાઈ જાય છે.



ચાચાજી, એનો અર્થ એ થયો કે દરેક બાર વર્ષ પછી આ આયોજન એ જ સ્થાન પર થાય છે.

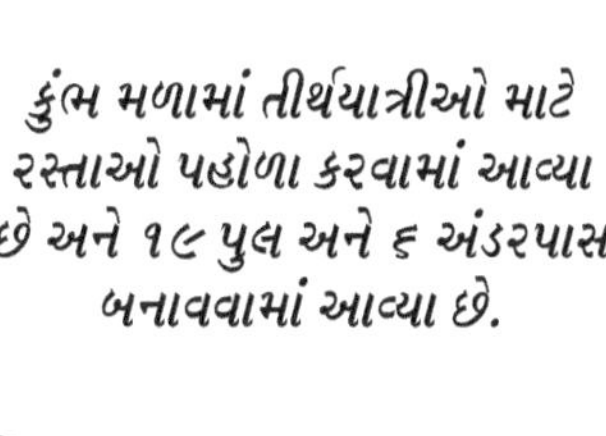

કુંભ મળામાં તીર્થયાત્રીઓ માટે રસ્તાઓ પહોળા કરવામાં આવ્યા છે અને ૧૯ પુલ અને ૬ અંડરપાસ બનાવવામાં આવ્યા છે.
શૌચાલય

કુંભ મેળો.

આ વર્ષે કુંભ મેળાનું આયોજન લગભગ ૩૨૦૦ હેક્ટર ક્ષેત્રમાં કરવામાં આવ્યું છે, જે વીસ ભાગમાં ફેલાયેલું છે.

પહેલાં દેવતા અને રાક્ષસોમાં અમર થવાના વિચારથી કુંભ કળશની પ્રાપ્તિ માટે યુદ્ધ થયું હતું.
આ જ જગ્યાઓ પર કુંભનું આયોજન થાય છે.

અમૃત કળશ લઈ જતાં સમયે વિષ્ણુ ભગવાનથી અમૃતની કેટલીક બૂંદો ચાર સ્થાનો પર પડી ગઈ હતી.

નમસ્કાર, ચાચા ચૌધરી!

ચાચાજી, આ વખતે પ્રયાગરાજ કુંભ ૨૦૧૯માં લગભગ ૧૨ કરોડ તીર્થયાત્રીઓના આવવાનું અનુમાન છે.

આટલી વધારે સંખ્યામાં તીર્થયાત્રીઓ માટે ૧,૨૨,૫૦૦ શૌચાલય બનાવવામાં આવ્યા છે, ૨૦,૦૦૦ કચરાપેટી રાખવામાં આવી છે.

અર્ધ કુંભ દર છ વર્ષે અને મહાકુંભ ૧૪૪ વર્ષ પછી આયોજિત થાય છે.

યાત્રી કુંભમાં શટલ બસ કે ઈ-રિક્ષાથી ફરી શકીએ છીએ.

અહીંયા વિજળી, પાણી, બેન્ક, પાર્કિંગ અને એટીએમની સુવિધા ચોવીસ કલાક ઉપલબ્ધ છે.

ATM

સાબૂ, તું લેસર લાઈટ, સાઉંડ શો અને સ્વાદિષ્ટ વ્યંજનોનો આનંદ લઈ શકે છે.

www.chachachaudhary.com

10

HOSPITAL
'પેઇન્ટ માય સિટી કાર્યક્રમ' અંતર્ગત બધી સરકારી ઈમારતો અને પુલોની દીવાલોન કુંભની વાર્તાથી ચિત્રિત કરવામાં આવ્યા છે.
ડિજિટલ સ્ક્રીન
આ અમારો કંટ્રોલ રુમ છે.
એ માણસને મોટો કરીને બતાવજો.
કુંભ માટે ઉ.પ્ર. સરકારે ૪૨૦૦ કરોડ રૂપિયાનું ફંડ પ્રાપ્ત કરાવ્યું છે, જે ૨૦૧૩ના કુંભના મુકાબલે ૩ ગણાથી વધારે છે. એ દરમ્યાન ૬ લાખથી વધારે ભક્તોને રોજગાર મળશે.

સાબૂ! એને પકડો!



હૂબા! હૂબા!! તું આ કુંભ મેળાને નષ્ટ નથી કરી શકતો.
કોઈ ગોરાને રોકી નથી શકતો. હા! હા!!





સાબૂ! ફૉર્મ્યૂલા નં. ૨૬૫

કુંભ અંકોમાં - ૨૦૦૦ વર્ષ જૂની પરંપરા, ૩૩ કરોડ દેવી દેવતા, ૫૫ દિવસ, ૧૪ અખાડા, ૧૨ કરોડ તીર્થયાત્રી, ૩૨૦૦ હેક્ટર મેળાનું ક્ષેત્ર, ૭૬ કરોડ Meals (ભોજન), ૧૯૨ દેશ, ૩૦૦૦૦થી વધારે મેડિકલ સ્ટાફ, ૪૫૦૦૦ પોલીસકર્મી.

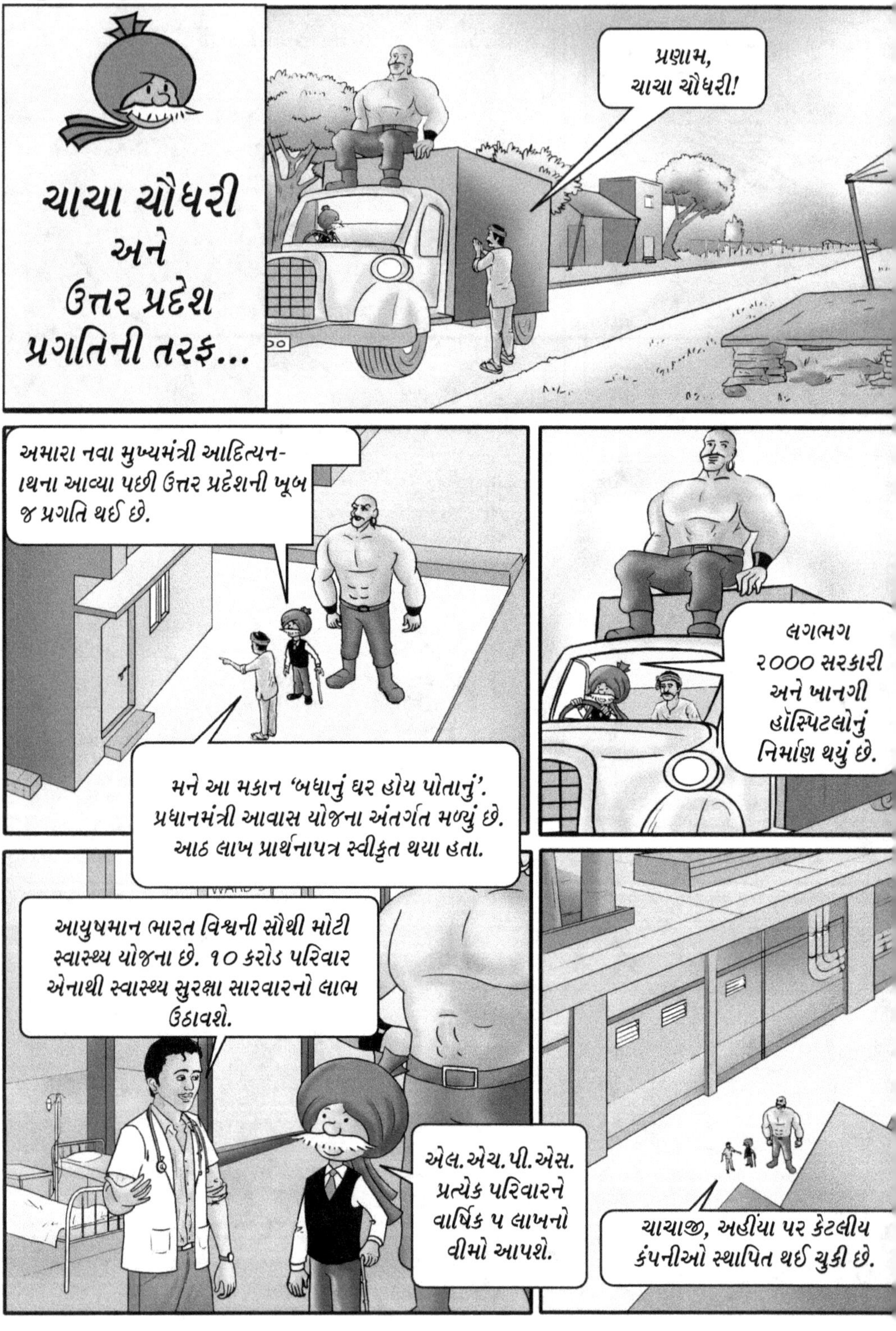

ચાચા ચૌધરી
અને
ઉત્તર પ્રદેશ
પ્રગતિની તરફ...

14

દરેક વિકાસ માટે રૂપિયાઓનો ખર્ચ જોઈએ.
મને પોતાની ફેક્ટરી માટે જમીન સસ્તી અને બેન્કની સરળ લોનના હપ્તાઓ પર મળી ગઈ છે. અહીંયા પર ૨૪ કલાક પાણી અને વિજળીની સુવિધા છે.
આપણાં મુખ્યમંત્રી ઉત્તર પ્રદેશના વિકાસ માટે સારું કામ કરી રહ્યાં છે.

૬૦,૦૦૦ કરોડથી વધારાનો ખર્ચ ઉદ્યોગોને આગળ વધારવા માટે લગાવવામાં આવશે.

ચાલો, જોઈએ, ઉત્તર પ્રદેશમાં શિક્ષણને ક્ષેત્રમાં કેટલું કામ થયું છે?
સ્કૂલ

સ્કૂલ ચાલો અભિયાન અંતર્ગત ૧,૩૧,૧૬ ૭થી વધારે વિદ્યાર્થી નામાંકિત થઈ ચુક્યા છે.
અમે પ્રત્યેક વિદ્યાર્થી અને શિક્ષકના ડેટા કમ્પ્યૂટરાઈઝ કરી રહ્યાં છે. સ્કૂલના ફર્નીચર, વિજળી અને પાણીની સુવિધાઓ માટે અમને ૫૦૦ કરોડ રૂપિયાની ફાળવણી થઈ છે.
PRINCIPAL

ચાચાજી, ચાલો ભીમસિંહથી મળીએ. તે પોતાના ખેતરોમાં શેરડી ઉગાવે છે.
નમસ્કાર! ચાચાજી.
૨૦૧૭-૨૦૧૮માં ઉ.પ્ર. સરકારે ૨૭,૭૨૯.૪૮ કરોડ અને રૂપિયા ૪૩,૫૫૪ શેરડીના ખેડૂતોને આપ્યા છે. ઉ.પ્ર. રાજ્ય દેશની ૩૭% ખાંડનું ઉત્પાદન કરે છે.
તમારે ખુશ થવું જોઈએ કે સરકાર તમારી ચોખ્ખી રકમ શેરડી ઉત્પ- ાદકોને આપશે.
હા, સાચું છે. આનાથી પહેલાં અમે પરેશાન હતા.
મુખ્યમંત્રી યોગી આદિત્યનાથ ૨૦૨૨ સુધી ખેડૂતોની આવક બમણી કરવા ઇચ્છે છે.
મન આ શૌચાલય નજરે પડ્યું. પૂરા ઉ.પ્ર.માં સ્વચ્છ ભારત અભિયાન અંતર્ગત ૧.૭૧ કરોડ શૌચાલય ૨.૫ કરોડ પરિવારો માટે બનાવવામાં આવ્યા છે.

ઉજ્જવલા યોજના અંતર્ગત ૯૭ લાખ પરિવાર મફત ગેસ કનેક્શન લઈ ચુક્યા છે.
મેં પણ આ સુવિધા લીધી છે.
૭૫૮૩ ગામ, બસ દ્વારા શહેરથી જોડાઈ ગયા છે. ૧૮ બસ ટર્મિનલોને અત્યાધુનિક કરવામાં આવ્યા છે. ૧૬ એરકન્ડિશન બસો, ૫૦ નવી બસો ચલાવવામાં આવી છે.
લખનઉ નાજીપુર હાઈવેનો વિકાસ થઈ ગયો છે. આ આગળ ગ-રખપુર સુધી વધારવામાં આવશે.
બુંદેલખંડ પ્રભાગમાં બુંદેલખંડ એક્સપ્રેસ-વે પણ જલ્દી બનાવવાની યોજના છે.
કુંભ મેળો ૩૨૦૦ એકર ક્ષેત્રમાં આયોજિત કરવામાં આવ્યો છે. રસ્તાઓ, પુલ, અંડરપાસ, એરપોર્ટનું આધુનિકીકરણ કરવામાં આવ્યું છે. એમાં તંબુ, હૉસ્પિટલ, શૌચાલય, ડિસ્પ્લે બોર્ડ, સુરક્ષા ઉચ્ચ સ્તરીય છે.
ઉ.પ્ર. માં ખૂબ જ વિકાસ થયો છે. એનો શ્રેય તમારા કઠિન પરિશ્રમને જાય છે.
કુંભ મેળાનું ઉદ્ઘાટન મુખ્યમંત્રી યોગી આદિત્યનાથ



ઉ.પ્ર. દેશની ત્રીજી સૌથી મોટી વ્યવસ્થા છે. પ્રધાનમંત્રી આવાસ યોજના અંતર્ગત વર્ષ ૨૦૧૭-૧૮માં કુલ ૯.૧૦ લાખ મકાનોની સ્વીકૃતિ પ્રદાન કરવામાં આવી છે.

પિંકી દાદીનો વેલેંટાઈન દિવસ
આજે વેલેંટાઈન દિવસે બધા પતિઓએ પોતાની પત્નીને આપવા માટે ભેટ ખરીદી.
હું...તો આજે વેલેંટાઈન દિવસ છે.પણ પિંકીના દાદા તો મને ક્યારેય ભેટ નથી આપતા.
હે ભગવાન ! આજે એક પણ ફૂલ નથી ખીલ્યું.
સાંભળો છો. આજે વેલેંટાઈન દિવસ છે અને બધા પતિ પોતાની પત્નીઓને ભેટ આપશે
હવે આ શું નવી મુસીબત છે?
આ બધી અફવા છે. ખરેખર એવું કશું નથી હોતું.
તે હું કંઈ ના જાણું કોઈ સારું મોટું ફૂલ લાવીને આપો.
પણ મારે ૧૨ વાગ્યા પહેલાં ફૂલ જોઈએ. નહિતર આજે ખાવાનું નહીં બને.

હે ભગવાન ! ૧ર તો વાગવા આવ્યા. આટલી જલ્દી ક્યાંથી ફૂલ લાવીશ?

આઇડિયા !! કેમ ના કોઈ ફૂલ વેચવાવાળા પાસે એક ફૂલ મફતમાં માંગી લઉ. મારું ખીસ્સું પણ ખુશ અને પિંકીની દાદી પણ ખુશ. હા...હા...હા...

ભાઈ! મારે ફૂલ જોઈએ.
બહુ શોખથી લો. બતાવો કયું ફૂલ તમારી સેવામાં હાજર કરું.

ભાઈ! કોઈ પણ મોટું ફૂલ આપી દો. મને ફૂલ મફતમાં જોઈએ છે.
મફતમાં તો ફૂલની એક પાંખડી પણ નહીં મળે.

ચાલો જાઓ તમારે રસ્તે!
હદ છે. આજકાલ માણસાઈનો તો જમાનો જ નથી.

લવલી ફ્લાવર
અરે વાહ ! હજી એક ફૂલની દુકાન. ત્યાં બેઠેલો છોકરો યુવાન છે. જે મારી ભાવનાઓને સમજી શકશે. પણ આ વખતે હું ફૂલ ખરીદી જ લઉં છું.

ભાઈ! મારે એક ફૂલ ખરીદવું છે.
તમે કેટલાં સુધીનું ફૂલ ખરીદવા માંગો છો ?

લો ભાઈ પાંચ રુપિયા અને એક સરસ મોટું ફૂલ આપી દો.
આ બધા વિદેશી ફૂલ છે. તેમની કિંમત પાંચસો રુપિયાથી ઓછી નથી

આટલા મોંઘાં ફૂલ. અરે પાંચસો રુપિયામાં તો અમે અમારા જમાનામાં તો સોનું ખરીદતા હતા.
તો તમારા જમાનામાં સોનું ખરીદવા જાઓ. અહીં સમય કેમ વેડફી રહ્યાં છો ?

કમાલ છે. દુનિયા કેટલી બદલાઈ ગઈ છે. અહીંયા પણ વાત ન બની. હવે શું કરું ?

20

જો ૧૨ વાગ્યા સુધીમાં પિંકીની દાદીને મોટું ફૂલ ન આપ્યું તો મારે ભૂખ્યા રહેવું પડશે

આ તો કંજૂસ હરીયાનો બગીચો છે. હું ચૂપચાપ એક ફૂલ તોડી લઉં તો તેને ખબર પણ નહીં પડે.

વાહ! કેટલાં મોટા મોટા ગુલાબ અને કોઈ રોકવાવાળું પણ નથી. આજે પિંકીની દાદી પણ માની જશે કે હું પણ તેને લાજવાબ ગુલાબ ભેટમાં આપી શકું છું.

અરે હરીયા તું ?
તને ગુલાબ જરૂર મળશે પણ એના માટે તારે થોડી વાર માટે બિટ્ટૂની સાથે રમવું પડશે. તે એકલો કંટાળી રહ્યો છે.

અરે હું તો જાણે કેટલાય બિટ્ટૂની સાથે રમ્યો છું. ક્યા છે તારો બિટ્ટૂ? હમણાં રમું હું એની સાથે.

આ છે બિટ્ટૂ.

હેં !!! બિટ્ટૂ કુતરાનું નામ છે ? બાપ રે ભાગો.

દાદાજી.
પિંકી, હું પહેલાથી જ બહું હેરાન છું. મને વધારે હેરાન ન કર

એ તો હું પૂછી રહી છું કે તમે હેરાન કેમ છો ? મને તમારી સમસ્યા બતાવો. કદાચ હું તમારી સમસ્યાને ઉકેલી શકું. શું છાપું નથી આવ્યું?

તારી દાદીએ છાપામાંથી જાણી લીધીં કે આજે વેલેંટાઈન દિવસ છે અને તે જિદ કરીને બેઠી છે કે હું તેને એક મોટું ફૂલ આપું.
આમાં શુ મોટી વાત. તો આપી દો દાદીને મોટું ફૂલ.

કેવી રીતે આપું ? આજે બધા ફૂલ ખૂબ મોંઘા છે અને હું પાંચ રુપિયાથી વધારે ખર્ચ કરવા માંગતો નથી.

પાંચ રુપિયામાં તો આટલું મોટું ફૂલ આવી જાય.
ખરેખર! જો તું આવું ફૂલ લઈ આવીશ તો હું તને આઈસક્રીમ અપાવીશ.

દાદાજી! તમે દાદીની પાસે જાઓ હું એમને આપવા માટે મોટું ફૂલ લઈને આવું છું.
હું હમણાં પહોંચું છું.

લઈ આવ્યા મારા માટે સુંદર મોટું ફૂલ ?
બસ બે જ મિનિટમાં સુંદર મોટું ફૂલ તમારી પાસે હશે.

ઓહ આ તો ફુલાવર લઈ આવી.

# પિંકીનો એકઝામ ફીવર

બાળકો, તમને બધાને એકઝામનું ટાઈમ ટેબલ આપી દીધું છે. હવે એક અઠવાડિયા પછી તમારા બધાની એકઝામ છે. તો વધારે અભ્યાસ કરજો અને કોઈ મસ્તી નહીં. સમજ્યા.
યસ ટીચર.

એટલે કે હવે ઘરમાં કોઈ ટી.વી.,ફિલ્મો નહીં જોવા દે. આટલા દિવસ ટી.વી. વગર કેમ રહીશ? આ બહું મોટી સમસ્યા છે.પણ આનો ઉપાય તો વિચારવો જ પડશે.

ગૂડ આફ્ટરનૂન પ્રિન્સિપલ સર.
ગૂડ આફ્ટરનૂન. એકઝામની સરખી રીતે તૈયારી કરજે પિંકી અને જોજે એકઝામનો તાવ ન આવે.

તે શું હોય છે સર?
જ્યારે બાળકો એક્ઝામની વધારે ચિંતા કરે છે ત્યારે તેમને તાવ આવી જાય છે. જેને એક્ઝામનો તાવ કહે છે અને બાળકો વાંચી શકતા નથી.

લાગે છે મારી સમસ્યાનો ઉપાય મળી ગયો.

મધુ હું નવી ફિલ્મની સીડી લઈ આવ્યો છું કેમ ના આપણે એને જોઈએ.
આને છુપાવીને રાખો કશબ. પિંકી જોઈ જશે તો તે પણ ફિલ્મ જોવાની ઇચ્છા કરશે. તેને એક્ઝામ છે અને આપણે તે સૂઈ ગયા પછી ફિલ્મ જોઈશું.

ડિંગ...ડાંગ....!!
લાગે છે પિંકી આવી ગઈ.
હું હમણા જ દરવાજો ખોલું છું.

અરે પિંકી ! શું થયું તને ? અહીંયા કેમ બેસી ગઈ ?
મમ્મી તાવ જેવું લાગે છે. અંદરથી અશક્તિ છે.

આ અંદરનો તાવ છે. ઍક્ઝામનો તાવ છે. થર્મોમીટરથી ખબર પડી જશે

પણ પહેલાં મને ગરમ દૂધ પીવું છે. ખૂબ અશક્તિ લાગે છે.
લે પિંકી, થર્મોમીટર લગાવી લે એટલે તારા તાવની ખબર પડી જશે

લે પિંકી આ દૂધ પી લે અને એના પછી થર્મોમીટરથી તારું તાપમાન માપી લેજે. હું રસોડામાં કામ પતાવી લઉ છું.

હવે આ થર્મોમીટરનો પારો એટલો ચઢશે કે મમ્મી-પપ્પા મને ચોપડીથી દૂર રહેવાનું કહેશે અને હું ટી.વી અને ફિલ્મ જોઈ શકીશ. હા...હા...હા...

પિંકી ! દૂધ પીધું ?
ઈચ્છા ના થઈ. પણ થર્મોમીટરથી તાપમાન લઈ લીધું છે.

હે ભગવાન ! થર્મોમીટરનો પારો તો ૧૦૬ ડિગ્રી પર છે.
કશબ ! જલદીથી ડૉક્ટરને બોલાવો, હાલત ખૂબ ગંભીર છે.

હેલો ! ડૉક્ટર ઝુનઝુનવાલા અને ઝુનઝુનવાલાનો સેક્રેટરી સેન્ડવિચ બોલી રહ્યો છું. હું તમારી શું મદદ કરી શકું છું ?
પિંકીનો તેજ તાવ સ્પર્શ કરવાથી ખબર નથી પડતી પણ થર્મોમીટરમાં દેખાય છે. તમે ડૉક્ટર સાહેબને મોકલો.
થોડીવારમાં ડૉક્ટર સાહેબ તમારા ઘરમાં હશે.

બે ડૉક્ટર ભાઈઓના ઝઘડામાં હું સેક્રેટરીમાંથી સેન્ડવિચ બનીને રહી ગયો છું. ખબર નથી પડતી કે કયા ડૉક્ટરને દર્દીના ઘરનું સરનામું બતાવું?

સેન્ડવિચ, તારો અડધો પગાર હું આપું છું. આથી દર્દીનું સરનામું મને બતાવ.
સેન્ડવિચ, તારો બચેલો અડધો પગાર હું આપું છું એટલે દર્દીનું સરનામું મને બતાવ.

ચાલ ભાઈ! આજે મળીને દર્દીને સારું કરીએ અને દુનિયાને બતાવી દઈએ કે અમે પણ કુશળ ડૉક્ટર છીએ.
મને લાગે છે કે દર્દીને જોવા તમારે બન્નેએ સાથે જવું જોઈએ. કેમ કે બીમારી અજીબોગરીબ છે. પિંકીના હાથ ઠંડા છે પણ થર્મોમીટરમાં તાવ આવી રહ્યો છે

તાવના કારણે પિંકી વાંચી નથી શકતી.
તેને ફિલ્મ જોવા દો એનું મન લાગ્યું રહેશે.

વાહ ! એક્ઝામના તાવે મજા કરાવી દિધી. મારો આ તાવ જલ્દી ઉતરવાનો નથી. હા...હા...હા..
અરે ડૉક્ટર સાહેબ, તમે બન્ને અને આટલા બધા પુસ્તકો શેના માટે ?

દરવાજાની ઘંટડી વાંગી રહી છે.
લાગે છે કે ડૉક્ટર સાહેબ આવી ગયા છે.

સેન્ડિવચે અમને બધું કહી દીધું છે. તાવ પેચિદો છે. એટલે અમારે આ બધા પુસ્તકો વાંચવા પડશે.

ગુનગુનવાલા ! મને લાગે છે કે પિંકીનો તાવ, એક્ઝામ અને મેલેરિયાનું મિલાવટી પેકેજ છે.
રુનગુનવાલા ! હું તમારાથી સહમત નથી. મને પિંકીનો તાવ અને વાયરલનો તાવ મિલાવટી પેકેજ લાગે છે.

મારી વાતને
ખોટી કહે છે.
અરે મારી આ
બધી દર્દીઓને
કઈ જોઈને જ
ફેદ થઈ છે.
અને દર્દીઓ વિશે વાંચી-વાંચીને
જ ટકલો થયો છું.

અરે તમે બંને ઝગડો નહીં.
ડિંગ...ડાંગ...

અરે પિતાજી તમે ? આવો, પિંકીને બહુ અજીબ તાવ
આવ્યો છે. સ્પર્શ કરવાથી ખબર નથી પડતી પણ
થર્મોમીટરમાં આવે છે. શું તમે એને બરાબર કરી
શકશો ?
કેમ નહીં ?
હમણાં જ.
પિંકીએ થર્મોમીટર
ગરમ દૂધના ગ્લાસમાં
નાખ્યું હશે. એમાં હું
બરફ નાખી દઉં છું.

પિંકી હવે તું ફરી એકવાર થર્મોમીટરથી
તાપમાન માપી આવ.
હવે તાવ ઉતરી ગયો છે.
પિંકી ચાલ
જલદીથી વાંચવા
બેસી જા.

પિંકી અને દાદાચીનો ફુરતો
પિંકી હવે બસ પણ કર. તેં આખું ઘર માથે લઈ લીધું છે.

ઓહ લાગે છે કે કોઈ આવ્યું છે. આખું ઘર વેરવિખેર પડ્યું છે.
ડિંગ...ડાંગ....!

શ્રીમતા ટીના ! કેટલાં દિવસો પછી આવી છે. લાગે છે કે તું ઘરનો રસ્તો ભૂલી ગઈ છે.
મધુ ! હું નહીં, તું ભૂલી ગઈ છે. યાદ કર, કાલે ફોન પર આપણે આ સમયે ખરીદી કરવા જવાનું નક્કી કર્યું હતું.

અરે હા ! જ્યારથી પિંકીની રજાઓ પડી છે ત્યારથી એણે આખું ઘર માથા પર લીધું છે. આ કારણથી હું ભૂલી ગઈ છું.
મધુ ! તું પિંકીને સિવણ ક્લાસમાં કેમ નથી મોકલતી ?

પહેલાં મારી દિકરી પણ ઘરમા ખૂબ તોફાન કરતી. જ્યારથી મેં એને સિવણ ક્લાસમાં મોકલી છે ત્યારથી તે ચૂપચાપ કપડાં સીવવામાં રહે છે.

આ ખૂબ જ સારો ઉપાય છે. આ બહાને પિંકીને સિલાઈ કામ પણ આવડશે.

પિંકી ! બસ બહું થઈ ગયું, હવે ફટાફટ સિવણ ક્લાસમાં ચાલ.

મારે પિંકીને અહીંયા એડમીશન કરાવવાનું છે. એને સારી સિલાઈ શીખવાડી દો.
તમે નિશ્ચિંત રહો. આ બાળકીથી સિલાઈ મશીન એવી રીતે ચાલશે કે જાણે ઘોડો દોડે છે.

પિંકી! કપડાના બે ટુકડાં લે અને એને બાજુ-બાજુમાં રાખી મશીન ચલાવી દે એટલે કપડાનું જોડાવું પાકું છે.

આજ માટે આટલું. કાલે હજુ નવી બાબત શીખવાડીશ. ત્યાં સુધી ઘરે આ પ્રેકટીસ કરજે.

વાહ ! માસ્ટરજીએ તો મસ્ત સિલાઈ શિખવાડી છે. હું ઘરે જઈને અલગ-અલગ કપડાને જોડી દઈશ અને મમ્મી પણ રાજી થઈ જશે .

લાગે છે કે મમ્મી ક્યાંક બહાર ગઈ છે મમ્મીના આવવાથી પહેલાં મારે કપડાને જોડવાના છે અને તેમને સરપ્રાઈઝ આપવું છે.

હવે સિવવા માટે અલગ-અલગ કપડાં ક્યાંથી લાવું ?

આ ચાદરને પહેલાં બે ભાગમા કાતરથી કાપી લઉ. પછી હું સિલાઈ કરી દઈશ. મમ્મી ખુશ થઈ જશે.

હવે સિલાઈને બંને ભાગને જોડવામાં આવે.
ચર્રર... ચર્રર... ચર્રર!

જુઓ તો મમ્મી આજે મેં પહેલા દિવસે કપડાને સિવવાનું શીખી લીધું. ઘરમાં અલગ-અલગ કપડાં ન મળ્યાં તો મેં પહેલાં ચાદર કાપી પછી સીવી લીધી.
પિંકી! તે મારી નવી ચાદરનો સત્યાનાશ કરી નાખ્યો.

દૂર થઈ જા મારી નજર સામેથી અને તારી સિલાઈ મશીન પણ લઈ જા.

લાગે છે કે સિવવામાં કોઈ ભૂલ થઈ રહી છે. એટલે જ મમ્મી નારાજ થઈ ગઈ. હવે આગળ ધ્યાનથી સિવિશ.

ઓહ ! આટલો સરસ કુર્તો પણ દરજીએ એક બાંય સિવી નથી.

દાદાજી..
મેં આ મોંઘો કુર્તો ખૂબ જ શોખથી આજની પાર્ટીમાં પહેરવા માટે ખરીદ્યો હતો. પણ દરજીએ આની એક બાંય સીવી નથી. જેને સિવડાવવા મારે પાંચ કિ.મી. દૂર જવું પડશે.

પિંકી, હું પહેલાથી જ હેરાન છું મને હેરાન ન કર.
બની શકે હું તમારા કામ આવી શકું.

બસ આટલી જ વાત છે. હું હમણાં તમારા કુર્તાની બાંય સાવી દઉં છું.

ખરેખર પિંકી !
હું તારા માટે ઠંડું
શરબત બનાવીને
લાવું છું.

સિલાઈ માસ્ટરે કીધું હતું
કે પહેલાં સીધુ લઈ જાઓ
પછી ડાબી બીજુ વાળો પઢી
જમણી બાજુ વાળો અને
સિલાઈ તૈયાર.

દાદાજી ! તમારો કુર્તો સિવાઈ
ગયો.
અને આ શરબત
પણ તૈયાર છે.

શરબત ખરેખર ખૂબ જ સ્વાદિષ્ટ છે.
હવે હું મારો
કુર્તો પહેરીને
જોઉ છું.

અરે હું આમાં ફસાઈ ગયો મને આમાંથી
બહાર કાઢો.

પિંકી અને ભૂખી કુટકુટ
કુટકુટ ઊભી રહે. વગર કામનું આમ-તેમ ના દોડ. તારા દોડવાથી સામાન તૂટી જશે

અરે મારા મોજાં કોણે કોતર્યા. આ તો પેલી ખિસકોલીનું કામ છે.
તેણે તો મારી બનારસી સાડી પણ કોતરી નાખી છે.

મમ્મી! કુટકુટ ભૂખી છે. એને કંઈક ખાવાનું આપો.
ચૂપ રે પિંકી, આ ખિસકોલીએ તો બહુ નુકસાન કર્યું છે. આને તરત જ ઘરની બહાર કાઢ.

ચાલ ફુટફુટ, આપણે તારા ખાવા માટેની બહારથી વ્યવસ્થા કરીએ.

જા તો સોનેરી ફ્રેમના નવા ચશ્મા મારા પર કેવાં લાગે છે?
સારા લાગે છે, એકદમ હેન્ડસમ લાગો છો.

તું પણ મજાક કરે છે.
મજાક નહીં કરતી, સાચું કહું છું. સારુ હવે આ નવી ફ્રેમને કાઢીને મૂકી દો નહીંતર માથું ભારે થઈ જશે.

લો, મેં ચશ્મા સંભાળીને મૂકી દીધા.

દાદાજી શું ફુટફુટને મદદ મળશે ?
પિંકી શું થયું ફુટફુટને ?
તે આજ સવારથી ભૂખી છે. એને કંઈક ખાવાનું આપોને.

મારી પાસે નમકીન છે. હું આ ફુટકુટને આપું પણ તે ક્યાં છે ?

હેં !!! તેણે તો મારા મોંઘા ચશ્માની ફ્રેમ કોતરી નાખી છે, જેમાં હું સુંદર લાગતો હતો. આ ખિસકોલીને અત્યારે જ ઘરની બહાર કાઢ.

દાદાજી ! ફુટકુટ માટે નમકીન તો આપતા જાઓ.
આ ખિસકોલીએ તો મારું નુકશાન કર્યું અને હું આને નમકીન ખવડાવું ? દૂર કર મારી નજર સામેથી.

ફુટકુટ! તેં દાદાજીની ફ્રેમ ન કોતરી હોત તો તને નમકીન મળી ગઇ હોત.

આ લો, ઠંડા-ઠંડા રસગુલ્લા ખાઓ. મેં તમારી માટે બનાવ્યા છે.
વાહ રિમ્બી મજા આવી ગઇ. આજે હું શાંતિથી રસગુલ્લા ખાવી શકીશ.

બાપ રે !!!
શું થયું ?

પિંકી અને એની ખિસકોલી કુટકુટ આ બાજુ આવે છે.
તો શું થયું ?

હું આ રસગુલ્લાને ક્યાંક છુપાવી દઉ. એને જો કુટકુટે જોઇ લીધા તો તે બધા રસગુલ્લા ખાઈ જશે. ખબર નહીં આ નાનકડી ખિસકોલી આટલું કેવી રીતે ખાઈ શકે ?

ઝપટ જી !
પિંકી! આજે મારો અને તારી કાકીનો ઉપવાસ છે. ઘરમાં કંઈ પણ ખાવાનું નથી. હવે તુ જા..

તમે મારાથી શું છુપાવી રહ્યાં છો ?
નહીં તો !

તમે કંઈક ખાવાની વસ્તુ છુપાવી રહ્યાં છો?
હે ભગવાન ! આને કંઈ રીતે ખબર પડી. એણે તો એમ જ અંદાજ લગાવ્યો હશે. આને હું કંઈક જ્ઞાનની વાતો કરીને બોર કરું. બોર થઈને પોતાની જાતે જ જતી રહેશે.
છુપવું-છુપાવવું એ તો ઉપરવાળાના હાથમાં છે. હું કંઈ નહીં છુપાવતો.
તો શું તમે ઉપર રહેવાવાળા પડોશી અંકલ જોડે સંતાકુકડીની રમત રમો છો અને સંતાવવાનો વારો એમનો છે ?
ઓફ્ઓ ! તું કંઈ સમજતી નથી. હું ભગવાનની વાત કરું છું. હવે તું જા.

સારું જાઉ છું. પણ હવે તમે પેલી વસ્તુ નહીં ખાઈ શકો જે તમે છુપાવતા હતા, એ પેલી બિલાડી ખાઈ ગઈ.

ઓહ ! બિલાડી મારા રસગુલ્લા ખાઈ ગઈ.
મ્યાંઉ!

ચૂપચાપ આ બેગ મારા હવાલે કરી દે અને ચાલતો થા.

ત્યારે

છલાંગ !
આ લે ઢીસુમ!!!
પણ અંકલ! કુટકુ-ટને સોનાના નહીં પણ સાચા બિસ્કીટ-ની જરૂર છે. એને ભૂખ લાગી છે.
અહીંયા પાસે જ મારી બિસ્કીટની ફેક્ટરી છે.ત્યાં આવીને કુટકુટની મરજી હોય તેટલાં બિસ્કીટ ખાઈ શકે છે.

આભાર પિંકી ! તારી કુટકુટે તો મારી જાન બચાવી અને સોનાના બિસ્કીટ ભરેલી આ બેગને લૂંટવાથી બચાવી લીધી.
હું આને એક સોનાનું બિસ્કીટ ઈનામમાં આપું છું.

કુટકુટ ! તારી ભૂખની સારી વ્યવસ્થા થઈ ગઈ.

# પિંકી ચોર-પોલીસ

પિંકી! તારી પાસે કૉમ્પ્યૂટર ગેમ્સ છે ?
હ! શીરી ! પણ કૉમ્પ્યૂટર ખરાબ છે.
લૂડો ? હીંચકાં ? દોરડાં કૂદવાં વગેરે બીજી રમતો રમીશ?
મને એમાં કોઈ રસ નથી.

ચોર-પોલીસ ?
હા, એ રમત સારી રહેશે. મને ચોર બનવું ગમે છે.

ચોર મને બનવા દે
ના, શીરી ! તારે પોલીસ બનવું પડશે.

ઠીક છે.
હું છુપાઈ જાઉ છું. તારે મને પકડવા આવવાનું છે.

ધન્નો તાઈ ! રમતમાં હું ચોર છું. શું તમારા ઘરમાં છૂપાઈ શકું છું ?

આ શરીફોનું ઘર છે. હું ચોરોને ઘરમાં ઘૂસવા નહી દેતી...

હું કોઈના ઘરની નહીં પણ બગીચામાં છૂપાઈ જાઉં.

પેલી ઘેરી ઝાડી છુપાવા માટે સારું રહેશે.

તું ? ?
હું ચોર છું. પોલીસના ભયથી અહીંયા છુપાઈને બેઠો છું.

શું મારી જેમ તમે પણ ચોર-પોલીસ રમો છો ?
હું સાચો ચોર છું સમજ ?

તમે પણ પોલીસથી છુપાયા છો અને હું પણ. તો આપણે ભાઈ-બહેન થયાને ?

ઓહ ! મારું માથું ના ખા ! અહીંયાથ ચાલતી થ

કેમ ? તું ઝાડીમાં છૂપાઈ શકે છે, તો હું કેમ નહીં ?
ધીરે બોલ, તારો આવાજ કોઈએ સાંભળી લીધો તો પોલીસ આવી જશે.

જેટલું તને પકડાઈ જવાનો ડર છે એટલો જ મને છે.

ઉફ ! શું મુસીબત છે ?

ધીમે બોલો !
તું ધીરે બોલ!
તું !
તું !!

ચૂપ !! જો એક પણ શબ્દ નિકળ્યો તો હું તને મારી નાખીશ.

પેલી ઝાડીના પાંદડા હલે છે.
પિંકી તેની પાછળ હશે

એને છોડી દો ! પિંકી મારી ચોર છે.
ખબરદાર ! આગળ ના વધતી.

જાણતા નથી, હું પોલીસ છું.

ચાલ..

મને આ ચોરની કેટલાય દિવસોથી શોધ હતી.
શીરી ! શું તને બન્દૂક ચલાવતા આવડે છે?
કઈ બન્દૂક ?... આ તો રમકડું છે.

# FIND 10 DIFFERENCES

Find the differences in two Pictures and send us back to win a surprise prize - write down the following details in block letter: Complete Name, Telephone Number with STD code (Mobile Number), Age, Place of Birth, Date of Birth, Gender, Email ID and Complete Postal Address with Pin code.

**Discover Talent @ Diamond Toons**

X-30, Okhla Industrial Area, Phase-II, New Delhi-110020
Ph.: 011-40712100, 40712200, E-mail: sales@dpb.in